आतांचे देणे

दिलीपराज प्रकाशन प्रा.लि.™

२५१ क, शनिवार पेठ, पुणे - ४११०३०.

दिलीपराज प्रकाशनाची सर्व पुस्तके आता आपण Online खरेदी करू शकता.
आमच्या Website ला कृपया एकदा अवश्य भेट द्या. अथवा Email करा.
Email - diliprajprakashan@yahoo.in I www.diliprajprakashan.in

आतांचे देणे

(कवितासंग्रह)

गिरिजा मुरगोडी

ISBN - 978-93-5117-098-3

आर्ताचे देणे

(कवितासंग्रह)

गिरिजा मुरगोडी

प्रकाशक
राजीव दत्तात्रय बर्वे
मॅनेजिंग डायरेक्टर
दिलीपराज प्रकाशन प्रा. लि.
२५१क, शनिवार पेठ,
पुणे ४११०३०
दूरध्वनी:२४४८३९९५,
२४४७१७२३ (सर्व फॅक्ससहित)

प्रकाशन दिनांक :
१५ नोव्हेंबर २०१५

प्रकाशन क्रमांक : २२४९

मुद्रक
Repro India Ltd, Mumbai.

टाइपसेटिंग
पितृछाया मुदणालय, ९०९,
रविवार पेठ, पुणे ४११ ००२.

मुद्रितशोधन
यशोदिता सावकार

मुखपृष्ठ सजावट : ऋतुजा राव

आतील मांडणी : सागर नेने

कवितेच्या वाटेवरल्या
सर्व सृर्जनशील सोबत्यांना आणि
या वाटेवरची हिरवळ असणाऱ्या
सगळ्या खऱ्या
कविताप्रेमी रसिकांना

गिरिजा मुरगोडी

या हृद्य प्रवासात अनेकांचा स्नेह आणि सहकार्य सोबतीला होतं.

कवयित्री आसावरी काकडे यांनी अत्यंत आत्मीयतेनं कविता वाचल्या आणि एक छानसं पत्र लिहिलं. काही सूचनाही केल्या आणि नंतर माझी विनंती मान्य करून मनापासून, अमूर्त आर्ताचं हे मूर्त देणं उलगडूनही दाखवलं. इतकं अभ्यासपूर्ण, मर्मग्राही, जाणकार भाष्य माझ्या काव्याला लाभावं हे माझं केवढं भाग्य आहे! माझ्या मागच्या संग्रहाला 'डोळ्यांत न मावणारे आभाळ' हे शीर्षक आसावरींनीच सुचवलं होतं आणि या संग्रहासाठी तर त्यांचं अतिशय अनमोल आणि स्नेहल सहकार्य लाभलंच!

कवयित्री नीरजा यांनी आपल्या व्यग्र दिनक्रमातून वेळ काढून आवर्जून कविता वाचल्या आणि फार प्रेरणादायी असा सुरेख अभिप्राय पाठवला.

मा. अरुणाताई ढेरेंनी, वाचलेल्या कविताबद्दल फोनवरून खूप प्रोत्साहक अभिप्राय दिला. त्यांच्या शुभेच्छांचं मोल खूप जास्त आहे.

या सर्वांचं ऋण कोणत्या शब्दांत व्यस्त करायचं? रसिक मैत्रीण प्रा. ललिता जोशी यांनी प्रत्येक टप्प्यावर फार मन:पूर्वक सोबत केली. संग्रहासाठी कविता निवडायला मदत केली, उपयुक्त सूचना केल्या, संग्रहाचं 'आर्ताचे देणे' हे अर्थपूर्ण शीर्षकही ललितानंच सुचवलं. या सर्वांचं मोलही, असंच शब्दांच्या पलीकडचं आहे...!

दिलीपराज प्रकाशनच्या जाणकार, चोखंदळ परीक्षण मंडळाची मी आभारी आहे. त्यांनी निवड केल्याने हा संग्रह प्रकाशात येऊ शकला.

श्री. राजीव बर्वे आणि त्यांच्या सर्व सहकाऱ्यांना, निर्मितीच्या आनंदात भर टाकणार सुबक रूप या पुस्तकाला दिल्याबद्दल मनापासून धन्यवाद देते.

आणि सर्व रसिकांचे, हे सगळे क्षण फुलवत ठेवल्याबद्दल ऋण मानते.

गिरिजा मुरगोडी

आपल्याच मनात उतरून स्वत:च स्वत:शी संवाद साधत राहण्याची माझी सवय खूप जुनी, म्हणजे मला कळायला लागल्यापासूनचीच. कधी स्वत:शी तर कधी मनाच्या जवळ असणाऱ्या कोणाशी असा संवाद सतत होत राहतो. हे संवादच मग कधीतरी कवितेचं रूप घेऊन कागदावर उतरतात.

आतून काही फुलते तेव्हा
जगणे असते गाणे
आत काही सलते तेव्हा
असते आर्ताचे देणे...

असे फुलण्याचे आणि सलण्याचेही क्षण आपल्या सगळ्यांच्याच आयुष्यात येत असतात. कधीतरी ते क्षण असे शब्दरूप घेतात; पण तरी सगळं आभाळ पूर्ण निरभ्र झालंय असं कधी वाटत नाही. अनुभव व्यक्त होतो तेव्हा त्याच्या भोवतीचे धूसर ढग काही सांगू पाहतात... अनुभव तिथे रेंगाळतो, गुरफटतो. त्यांचं म्हणणं सामावून घेऊन अधिक काही सांगू पाहतो.

सांगता सांगता मध्येच मूकही होतो. काही उलगडत असतं, काही निसटत असतं. म्हणूनच कधी कधी व्यक्त होऊनसुद्धा मोकळं वाटत नाही.

कधीतरी एखादा शब्द, एखादी ओळ विचारते, 'तुला हेच म्हणायचंय? नक्की?' मग पुन्हा शोध सुरू होतो. नकळतच लक्षात येतं... नाही, हेच आणि एवढंच नाही... अस्वस्थ वाटत राहतं. एक अपूर्णता, एक हुरहूर, काहीतरी बाकी राह्यलंच ही सततची जाणीव मागे राहते. कदाचित ही अपूर्णताच पुन्हा पुढची वाट दाखवत असेल. पुन्हा पुन्हा मन शब्दांकडे वळत असेल. मौनाच्या धुक्यात विरू पाहणारं काही पकडू पाहत असेल. आणि या सगळ्या प्रयासाचा असा हृद्य प्रवास होत असेल, हुरहूर लावणारा तरी आनंद देणारा...

या शोधातूनच, अभिव्यक्तीचं माध्यम असलेली कविता नकळतच आत्मशोधाचं साधन होत गेली असेल. हा शोध तर निरंतर चालणारा... त्यामुळेच, कविताही निरंतर सोबत राहील असं वाटतं...

कविता वाचल्यावर काही क्षण जरी ती तुमच्या मनात रेंगाळली, त्या अनुभूतीशी तुम्हाला तुमचं नातं जाणवलं, अन्वयांचे काही वेगळेही पैलू गवसले, तर हा संवाद पूर्ण आणि अर्थपूर्णही झाल्याचं समाधान मला लाभेल. अंतर्मनातून उमटलेलं हे आर्ताचं देणं, आता तुमचंही!

– गिरिजा मुरगोडी

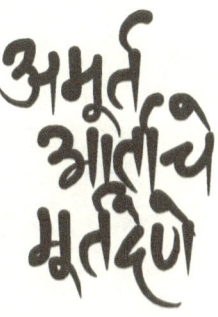

अमूर्त आर्ताचे मूर्तदेणे

अमूर्त आर्ताचे मूर्त देणे...

निर्मितीच्या एका पातळीवर स्वांत:सुखाय असलेली कविता लिहून हातावेगळी झाली की ती स्वतंत्र होते. शब्दांत साकार होऊन स्वतंत्र झालेली कविता म्हणजे अमूर्त आर्ताचे मूर्तरूपातले देणे असते...! देणं देऊन मोकळं होता होता कवी-मनाला तिनं दिलेला असतो समाधान-असमाधानाचा एक झोका...! कवी-मन त्यावर बसून आत-बाहेर डोकावत राहतं. असमाधानाच्या बाजूनं ते आत डोकावतं तेव्हा त्याला उमगतं, की आर्ताचे बरेच देणे द्यायचे बाकी राहिले आहे अजून... आणि समाधानाच्या आवेगात बाहेर डोकावते तेव्हा त्याला दिसते आपली कविता कसल्याशा प्रतीक्षेत उभी असलेली...! कोणाची, कशाची असते ही प्रतीक्षा? कवि-मनातून सादरूपात बाहेर पडलेल्या या कवितेला प्रतीक्षा असते प्रतिसादाची. मग कवि-मन ही तिच्यासोबत उभं राहतं जाणकार रसिकाच्या स्वागताला तत्पर होऊन प्रतिसादाच्या अपेक्षेत... 'हातावेगळ्या' झालेल्या अशा कवितांचा संग्रह प्रकाशित करताना इतकं सगळं घडलेलं असतं...

कवितेच्या संदर्भात अत्यंत अर्थपूर्ण असे 'आर्ताचे देणे' हे शीर्षक असलेल्या गिरिजा मुरगोडी यांच्या या कवितासंग्रहात अधिकतर कविता अंतर्मुख मनाला साक्षी ठेवून साकारलेल्या आहेत. त्या बोलत राहतात. भरभरून आंतरिक अवस्थांविषयी... अनाम वेदना, जाणवलेलं अपुरेपण, जगण्याची ऊर्मी, आर्तता, व्याकूळ करणारी तहान, नि:शब्द स्तब्धता... याविषयी. म्हणजे त्या बाह्य वास्तवाकडे पूर्ण दुर्लक्ष करतात असं मात्र नाही. इतकंच की, त्या त्याच्या तपशिलात फारशा अडकून बसत नाहीत. नातेसंबंधामधले ताण आणि लाघव; निसर्गातले आर्त विभ्रम, सामाजिक प्रश्नांनी निर्माण केलेली कासावीस अगतिकता, भोवतालाला लाभलेला अनावर वेग...या साऱ्यांचं अंतर्मुख मनाला उमगलेलं, डसत राहिलेलं व्यामिश्र आणि सूक्ष्म रूप आंतरिकीकरणाच्या दीर्घ प्रक्रियेत फिरून मग एखाद्या उत्कट क्षणी कवितारूपात प्रकटतं... या संग्रहातली कोणतीही कविता घेतली तर ती सतत आत डोकावत व्यक्त होत असलेली दिसेल.

अशा कवितांना आत्मकेंद्री म्हणता येईलका?... आपली इच्छा असो वा नसो, त्वचेबाहेरचे सगळे कोलाहल रंध्रारंध्रांतून आत घुसत राहतात. अंतर्व्यवस्था बिघडवून टाकतात. एक गोंधळ माजतो मनात. उलथापालथ होते सगळी. या झंझावातात नाहीसे होतात त्यामागच्या कारणांचे तपशील आणि अवशेषरूपात मनात उरते एक अनाम आर्त. ते अस्वस्थ करत राहते. शब्दांच्या दारांवर धडका देत बाहेर पडू पाहते... पण दार उघडणं इतकं सोपं नसतं... एका कवितेत गिरिजा यांनी म्हटलंय-

सोपं नसतं गं असं
नव्यानव्यानं रुजणं
भोवतालच्या कोलाहलात
आतला सूर जपणं...
खूप काही उखडून,
नवं चांदणं पेरणं...

पण दार उघडतं तेव्हाही जे शब्दरूपात बाहेर पडतं त्यात सापडत नाहीत. स्थूलवास्तवाचं नाव असलेले तपशील. ते असतं केवळ व्यथित मनाचं शब्दचित्र. उदा.-

'उन्मळवेळा टळलेल्या
कोसळवेळा उललेल्या
आषाढतिष्ठत राहिलेला
कातर कातर झालेला...
आषाढ.. दाटलेला..
आतच आटलेला..'

कोणत्याही कारणानं कातर झालेलं कोणतंही मन या कविता-चित्रात दिसू शकतं. कोणताच तपशील नसलेली, अशी जमून गेलेली कविता आरशासारखी असते. त्यात डोकावून पाहणाऱ्या प्रत्येकाला ती दाखवते त्याचं स्वत:चं रूप! कवितेचं हे स्वरूप समजून घेताना Archibald MacLeish या कवीच्या 'Ars Poetica' या कवितेतल्या दोन ओळी आठवतायत... व्याख्यारूप बनून गेलेल्या त्या ओळी अशा- A poem should not mean / But be..! या ओळी अत्यंत मननीय आहेत. यातून कवीला काय सुचवायचं असेल? कवितेनं फक्त असावं... कवितारूपात. तिनं काही सांगू नये... एकाच एका विशिष्ट अर्थाकडे

निर्देश करू नये... गिरिजा यांच्या कवितांविषयी लिहिताना या कवितेची आठवण व्हावी, यात बरंच काही आलं...

या संदर्भात त्यांच्या कवितेतल्या काही ओळी काही, काही शब्द लक्षात घेण्यासारखे आहेत. उदा.- 'निळा डोह... हलके तरंग / हिरवाईचा आर्द्र संग... / शांत मृण्मय... मौनरंग...', 'तुझ्या चंद्रभाळावर / अलगद खूण ठेवताना / मृण्मयी पापण्यांच्या / जन्मज्योती झाल्या' ... काही शब्द- आत्मनाद, निर्झरसाद, आदिम तृष्णा, आर्त तिमिरवेळा..., गोंदणवाळे... इ. या शब्दांतून, ओळींतून वाच्यार्थापेक्षा बरंच काही प्रसृत होतं. कारण त्यांना अर्थाबरोबर एक लय मिळालीय. एक नाद आहे त्यांच्या उच्चारणाला. आशयाला ही एक अधिकची मिती बहालकरणं हे अशा कवितेत शक्य होतं.

कवितेच्या नाना परी असतात. त्यातलं कोणतंही एक रूप इतरांहून श्रेष्ठ असतं असं म्हणता येत नाही. जळजळीत वास्तव प्रत्ययकारी रीतीनं चित्रित करून वाचकांना अंतर्मुख व्हायला लावणारी कविता केवळ मंचीय म्हणून बाद ठरत नाही. तत्त्वज्ञान 'शिकवणारी' मार्गदर्शक कविता मनामनांत रुजलेली राहू शकते... कोणताही कवी त्याच्या वृत्तीनुसार लिहीत असतो. तसंच त्यानं लिहावं. कवितेच्या बाबतीत जाणीवनिष्ठा महत्त्वाची. चांगल्या कवितेची जी लक्षणं आहेत त्यात स्वत:शी प्रामाणिक असणं हे सर्वात महत्त्वाचं... गिरिजा मुरगोडी यांची कविता प्रामाणिक आहे. या कविता वाचताना तसं जाणवत राहतं...

कवी आपल्या वृत्तीनुसारच लिहीत असला, त्याचा स्वत:चा असा एक वैशिष्ट्यपूर्ण अंत:स्वर त्याच्या कवितांमधून उमटत असला तरी कवितासंग्रह प्रकाशित होतो तेव्हा त्यात काही कवीवृत्तीहून वेगळ्या कविताही वाचायला मिळतात... या संग्रहात काही गेय रचना आहेत. त्या 'गिरिजाच्या कविते'हून काहीशा वेगळ्या वाटतात. त्यातल्या एका कवितेच्या मला आवडलेल्या दोन ओळी-

'काजवे चमकून गेले दूरच्या ताऱ्यांपरी
पावलांशी कवडसे अन् मन पळाया लागले'

काही कवितांमधून सामाजिक आशय काहीसा स्पष्ट रूपात व्यक्त होतो. उदा. एका कवितेतल्या काही ओळी-

'कुणी एक कविता, कुणी एक मेधा
आनंदवनात समिधा बनून राहिलेली

कुणी एक साधना
जेव्हा अशा भोगवट्यांच्या खुणा
उघड्या करून दाखवतात
तेव्हा इथल्या अस्तित्वाचे क्षण
जड जड वाटू लागतात...'

कविता व्यक्त होऊन एका पातळीवर कविमनाला दिलासा देते, मुक्त करते कसल्याशा अनाम ऋणातून आणि दुसऱ्या पातळीवर खोलवर दुखवत राहते अव्यक्त राहिलेल्याचा सल ताजा ठेवून. कवितेसोबतच्या प्रवासात येणारे हे दोन्ही अनुभव कवीला कवी म्हणून जिवंत ठेवणारे असतात. याविषयी एका कवितेत गिरिजा यांनी म्हटलंय-

'शब्दांना साकडे घातले नव्हते मी
नव्हते सांगितले,
माझ्या अंगणात या
अनुभूतींना तुमच्यासोबत
हिंदोळ्यावर न्या...'

पण ते येत राहिले सोबत. असा एक काळ होता. सृजनसोहळा अनुभवता येत होता... पण...

'आता कुठे असतात ते?
काळोखाच्या गर्तेत,
खोल खोल दऱ्यात?
दूर दूर क्षितिजापार?
सादच पोचू नये,
अशा अगम्य वाटेवर?..'

अशा मिटलेल्या, नि:शब्द झालेल्या मनाला अचानक एखादं भांडार गवसतं तेव्हा गोंधळून जायला होतं. या भारावलेल्या अवस्थेचं वर्णन एका कवितेत आहे-

'कवितेचं अख्खं गाव
आणलंस भेटीला
रुजवणीचं ते आर्त
ओंजळीत कुठलं मावायला?

पण कोणतीच अवस्था कायमसाठी वस्तीला आलेली नसते. 'आत आत

सतत / होत राहते उलथापालथ / कधी वेशीपर्यंत जाऊन परतणे / कधी भोज्यापाशी घुटमळणे' चालू राहते. अशावेळी स्वत:ला धीर देऊन उभं करावं लागतं. थांबल्या पावलांना बळ द्यावं लागतं. गिरिजा यांनी एका कवितेत म्हटलंय-

आता उजाडेल आता उजाडेल

म्हणत अंधाराला कवटाळू नकोस

आत उजाडेल, आत उजाडतेय

या विश्वासावर विसंबून

पाऊल उचल...!

असंच आणखी एका कवितेत त्यांनी मनाला समजावलंय-

'वेळीच गळून जावं एकेका नात्यातून

नाहीतर नातीच वगळू लागतात

आपल्याला स्वत:तून...'

कवितेतून असं स्वत:ला समजावणं स्वत:पुरतं राहात नाही. कवितेचं सामर्थ्य असं की तिनं कमावलेलं शहाणपण वाचकालाही बळ देतं, शहाणं करतं. कवितारूपात हस्तांदोलन करणारं हे शहाणपण रसिक वाचकांना विशेष आवडतं. त्यातला आशय गुणगुणत राहतो मनात..

या संग्रहात काही कणिका आहेत. गिरिजा यांच्या कवितेचं वैशिष्ट्य अधोरेखित करणाऱ्या एक-दोन आशयघन कणिका-

'समोर नदी वाहते आहे

माझ्या अस्तित्वाचे सारे संदर्भ

सोबत घेऊन...

काय वाहू द्यायचे, काय राहू द्यायचे,

कोणी ठरवायचे?

मी की नदीने?...'

जगताना असे पेच विचार करणाऱ्या प्रत्येकाला पडत राहतात. कितीही विचार केला तरी सुटता सुटत नाहीत ते. पण त्यांना असं काव्यरूप देऊन, सार्वजनिक करत त्यांच्या ताणातून बाजूला होण्याचा पर्याय कवीजवळ असतो..

'आपण भेटलो की

माझ्यातलं मीपण भेटीला येतं

मातीच्या कणाकणात सांडलेलं स्वत्व

पुन्हा घटात वस्तीला येतं...'

या ओळी वाचून लगेच पान उलटताच येणार नाही. थांबून, थोडा वेळ मूक राहून मग त्यातल्या शब्दांशी संवाद करायला त्या भाग पाडतात. 'मातीच्या कणाकणात सांडलेलं स्वत्व पुन्हा घटात वस्तीला येणं' ही कल्पना वाचकाच्या मनात अर्थांची वलयं निर्माण करणारी आहे. एखाद्या भेटीत आलेल्या अनुभूतीचं अंतर्मुख मनानं केलेलं हे शब्दांकन चिंतनशील मनाला तात्त्विक आशयापर्यंत नेऊ शकेल...

जगताना आपण सर्वजण अनुभवत असतो की कधी कधी एखादा दिवस नवी उमेद घेऊनच उगवतो. त्या दिवशी सगळं काही आवाक्यात आल्यासारखं वाटू लागतं. पण गिरिजा मुरगोडी यांना याहून काही वेगळं सुचवायचं आहे... त्यांना वाटतं, एखादा नाही- प्रत्येकच दिवस 'एक नजराणा घेऊन' येत असतो. तो घेणारे आपणच ठरवायचं त्यातनं काय काय आणि कसं घ्यायचं... दिवस नजराणा घेऊन येत नाही तर तो स्वतःच नजराणा होऊन येतो हे सुंदर 'वास्तव' आणि सोबत आपल्या जबाबदारीची समज असलेली एक कविता-

'प्रत्येक सोनसकाळी
दिवस येतो सामोरा
एक नजराणा होऊन
उतरते पाखरू फांदीवर
आपली नवी धून घेऊन..
असते उभे आपल्यासाठी
आभाळ बाहू पसरून
असतात उसळत लाटाही
अनंताची साद होऊन..
गाता येते आपल्याला
एक नवी धून
वा देता येते पापण्यांना
आतली ओली खूण..
आपल्या आपल्या रांगोळीत
कोणते रंग भरायचे;
आपल्या आपल्या ओंजळीत

कोणते गंध झेलायचे,
सारं आपल्यावर सोपवत
येतो प्रत्येक दिवस
नवं स्वप्न पेरत...!'

'माणसं धावतायत' ही अर्थपूर्ण प्रतिमा असलेली कविता अतिशय
प्रत्ययकारी आहे. या कवितेची लय कवितेतील आशय अधोरेखित करते.
जगण्याला आलेली अनावर गती या लयीतूनही जाणवत राहते. भोवतीच्या
वास्तवाचे काव्यात्म वर्णन करणारी ही पूर्ण कविता पुन्हा पुन्हा वाचत
अनुभवण्यासारखी आहे-

'माणसं धावतायात
पाऊस धो धो कोसळतोय
रस्ता वाहतोय
वाहनं पळतायत
माणसं धावतायत
वारा झपाटल्यागत घुमतोय
झाडांना घुसळतोय
रोपांना झोडपतोय
रपरपत्या पावसात
रस्त्याकडेला भिजणारं पोर
आकांतानं रडतंय
पाऊस कोसळतोय...
माणसं धावतायत
पाठलाग चाललाय
मृगजळी यशाचा
अनिर्बंध आकांक्षांचा
अतृप्त वासनांचा
अपूर्ण अपेक्षांचा
न संपणाऱ्या हव्यासाचा
अज्ञाताचा, अव्यक्ताचा...
माणसं धावतायत..

सुटत चाललेल्या धाग्यांना,
हरवत चाललेल्या स्वत:ला,
मागेच सोडून,
माणसं... धावतायत...'

'माणसं धावतायत स्वत:ला मागेच सोडून' हे भयंकर आहे. स्वत्व गमावणं हे अविवेकी सुसाट धावण्याचं फलित..! या कवितेनं हे भयंकर वास्तव निदर्शनास आणून दिलेलं आहे...! भोवतीच्या भोवळ आणणाऱ्या अशा गतीशी जमवून घेताना दमछाक होते. अंतर्मुख वृत्तीला तर लगेच अर्थशून्यतेचा काठ गाठावासा वाटतो. एका कवितेत म्हटलंय-

'धुकं आणखीच दाट झालं...
अन् कुठले अन्वय शोधणं सुद्धा
अर्थहीन वाटू लागलं...'

वेगवेगळ्या स्तरांवरचे भयंकर वास्तव समजून घेताना थकलेल्या मनाला सगळं हाताबाहेर गेल्यासारखं वाटत राहतं, अशावेळी सगळ्याचं विश्लेषण करत कार्यकारण शोधणं अर्थहीन वाटलं तर नवलनाही... सर्वसामान्य मनाची ही स्वाभाविक अवस्था आहे...!

कविता हे अभिव्यक्तीचं असं साधन आहे जे आत आत नेऊन उत्खनन करायला लावतं, शोधून काढतं खोलवरचे सल, त्याची मुळं उघडी पाडतं आणि सापडलेलं सगळं शब्दांच्या ओटीत घालतं. आपण वाचक असू किंवा स्वत: कवी, आपल्याला आपलं रूप दाखवतं... गिरिजा मुरगोडी यांच्या कविता आस्वादताना कवितेच्या या सामर्थ्याचा प्रत्यय येतो...!

आसावरीकाकडे

- आसावरी काकडे
asavarikakade@gmail.com
९७६२२०९०२८

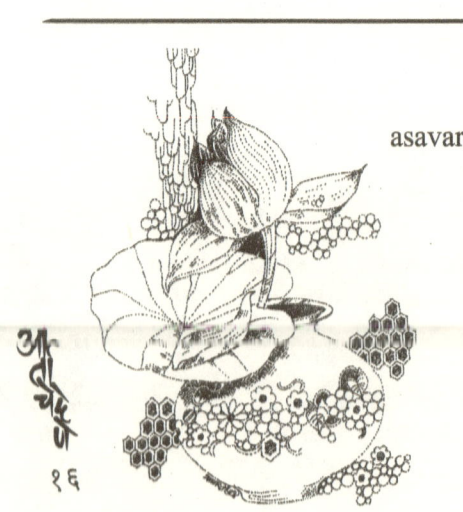

अभिप्राय

प्रिय गिरिजाताई,

कविता वाचल्या. अतिशय तरल अनुभव आणि त्याला साजेशी शब्दकळा हे तुमच्या कवितेचं मुख्य वैशिष्ट्य आहे. कविता मितभाषी असावी ह्या गोष्टीचा अलीकडच्या कवींना विसर पडला की काय असं वाटण्याच्या दिवसांत शब्दांच्या बाबतीत इतकं काटेकोर राहणं तुम्हाला कसं काय जमलं? शब्दांशी सहज खेळत राहण्याची कला कवीलाच शक्य असते आणि ती तुम्हाला साधली आहे. तुमची कविता ही आत्ममग्न, स्वत:शीच बोलणारी आणि तरीही आपलं आपलं असं एक जग उभारणारी आहे. कविता म्हणून मला त्या आवडल्या.

विशेषत: आजच्या गद्यात्मक लेखन करणाऱ्या, कवितेतील प्रतिमा- प्रतिकाचं महत्त्व न कळणाऱ्या कवींनी काढलेल्या कवितेच्या अमाप आणि सपक पिकाच्या दिवसांत मनाला सुखावणारे असे काव्यात्म शब्द वाचायला मिळाल्याचा आनंद तुमची कविता वाचून मिळाला.

या सगळ्या कविता अंकात वगैरे छापून आल्यात का? जर मला आवडलेल्या काही कविता इकडच्या अंकात दिल्या तर चालेल का? तुमच्या लेखनाला शुभेच्छा. तुमचं कवितेचं अनुभवविश्व असंच विस्तारत जावो.

नीरजा

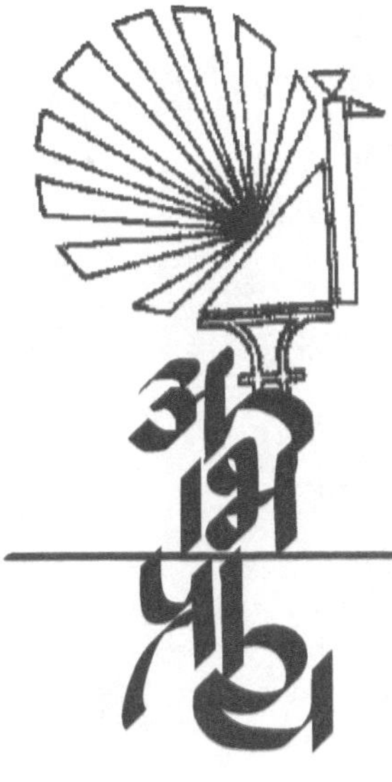

अनुक्रम

अनुक्रम

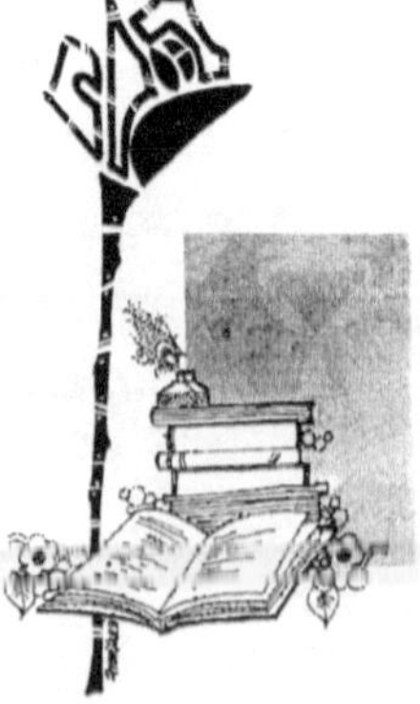

अनुक्रम

अनुक्रम

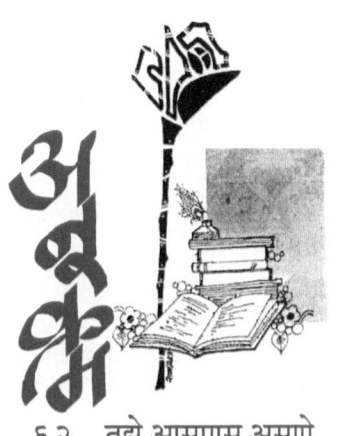

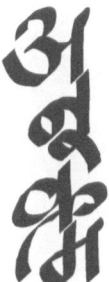

नव्यानं...

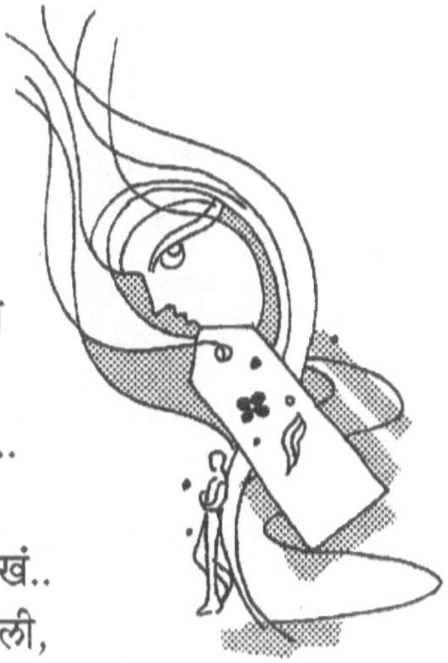

पुस्तकातल्या खुणांसारखा
भेटायचास अधूनमधून
तेव्हाची गोष्ट वेगळी होती..
माझ्याकडे असायचं
पुष्कळ काही सांगण्यासारखं..
पण हळूहळू सवय होत गेली,
स्वत:च स्वत:शी संवाद साधत राहण्याची
व्यक्त अव्यक्ताच्या तीरावरचा तू
पुसूनच गेलास..

मात्र तुला आठवतायत आता,
कुठल्या कुठल्या काळीजखुणा..
मोरपिशी आठवांचा खेळ,
मांडावासा वाटतो पुन्हा पुन्हा..
ओल्या वाटांवरल्या पाऊसनक्षीत
भेटावसं वाटतंय नव्या नव्यानं..

पण मी कुठून आणू आता
मोरपिसांवरची ती नव्हाळ लवलव?
क्षितिजसन्मुख पावलांसाठी
परतीचं ओढाळ आर्जव?

ती भावना

हलक्याशा स्पर्शानंही विरून जावी
अशी एक भावना...
पाण्यावरचा अलगद तरंग
अनाम रंग
अशी एक भावना..
तिला काही नाव देण्याचा तुझा वेडेपणा..
प्रत्येक भावनेला, प्रत्येक नात्याला
नाव असायलाच हवं का?
ती..
एक अनुभूती
आत्म्याची प्रतीती
आरस्पानी अभिव्यक्ती..

असीम अस्पर्श
निखळ निरलस..
फक्त अनुभूत अशी
आत्म्याची हाक...

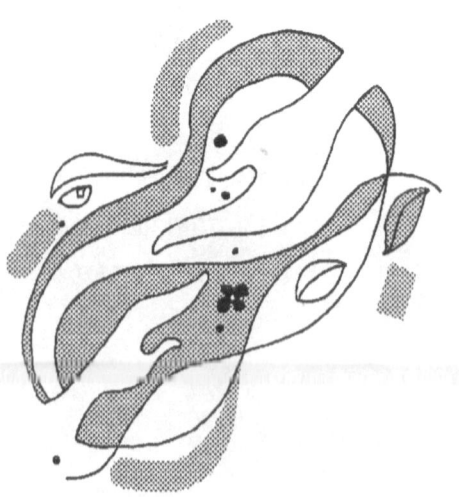

काय करू?

तू पहात असतोस माझ्याकडे
सहज पाहिल्यासारखंच
पण समजत असतं मला
तुझ्या डोळ्यांचं मागणं..

मात्र, माझी नजर
तुझे डोळे पार करून
मागण्यांचे सारे थांबे ओलांडून
केव्हाच आरपार पोचलेली असते..
काय करू?..

एक वाट मनापासून मनापर्यंत पोचण्याची

एक वाट मनाने मनातच रिंगण घालण्याची

एक वाट मनाने मनाभोवती घुटमळण्याची

एक वाट मनावर धडकून परतण्याची

एक वाट पुन्हा पुन्हा ठेचाळून रक्ताळण्याची

एक वाट फुंकर होऊन मनात राहण्याची

एक वाट आसवांच्या लाटेत वाहून जाण्याची

एक वाट रुपेरी कड होऊन राहण्याची

एक वाट मनाने मनाला शोधण्याची

एक वाट मनाला मन गवसण्याची

मन वाटेवर अंथरण्याची...!

निघताना ....

ऊर्मी ओलांडून जगताना
मन सोडवून निघताना
सारे मुक्त क्षण,
तिथेच राहून जातात..
तरी, सोबत येते जे काही
शब्दात, मनात मावत नाही...

लाघव

कुठूनसे एक पाखरू
चिवचिवत येते
मनाच्या डहाळीवर
अलगद विसावते..

आपल्याच नादात शीळ घालत
स्वत:शीच हसते
मान वाकडी करून
काही बाही किलबिलते
साऱ्या साऱ्या गोडव्यासह
मनाला बिलगते
काही कळण्याआधीच
नाते जुळून जाते..

कुठून कसे असे लाघव
भेटीला येते
कसे अवचित असे
आपले होऊन जाते..

तू

श्रांत होऊन
निरागस पोरीसारखी
शांत झोपलेली तू..
तुझ्या पापण्यांतला बहर
माझ्या मनात
अजून दरवळत असलेला..
                तुझी वेल
                जपलीस तू,
                खूप बहरूही दिलीस..
सोपं नसतं गं असं
नव्यानव्यानं रुजणं
भोवतालच्या कोलाहलात
आतला सूर जपणं...
खूप काही उखडून,
नवं चांदणं पेरणं...
                कौतुक वाटतं खूप
                दाटूनही येतं आतून...
आभाळ उतरून यावं तुझ्या अंगणात
आपल्या मखमली खुणा घेऊन
अन् सारे हुंकार अंकुरत जावेत
प्राजक्ताच्या वाटा होऊन...

पिसारा

तुझ्याकडची मोरपिसं
अपूर्वाईनं दिलीस मला
मीही खूप जपलं त्यांना..
पण,
त्यांच्या रंगात रंगले नाही
मळभल्या घरात
पिसारा लेवून,
झिरमिर सरींना साद घातली नाही
गर्द हिरवं रेशीम लपेटून घेतलं नाही...
नुसतीच पहात राहिले पुन्हा पुन्हा
फिरवत राहिले गालांवरून
बोलत राहिले त्यांच्याशी...
मग, तू आलीस
सारी पिसं उधळून दिलीस...
निरोप घेऊन निघून गेलीस...
तेव्हा मला कळलं
तू दिलेली मोरपिसं
नुसतीच जपायची नसतात,
जगणं बनवायचं त्याचं...!
अन् आता,
माझ्या राउळातच फुललाय
प्रसन्न मोरपिसारा
तू उधळून दिलेली पिसंही
आहेत इथं तिथं
कृतार्थ हसू सांडत...
तुझी प्रतीक्षा करत...

कसे?

म्हटले नव्हतेस ‘थांब’,
मी कसे ऐकले?
डोळे नव्हते पाणावले
पाऊलका अडखळले?
नव्हती साद घातली
ना पाहिले होते वळून
पुढे चालल्या पावलांना
कुणी आणले ओढून?
विनवणीचे बोल मग
डोळ्यांतूनच हसले,
वळून परत आल्यावर
मन कसे निवले?

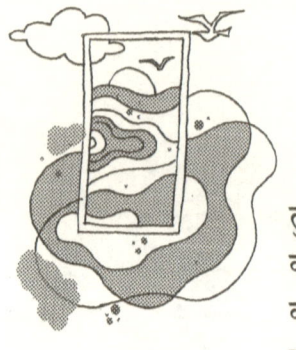

तुला वाटते

तुला वाटते,
का गुंतावे मी तुझ्यात?
कधी पाहिले आहेस डोकावून,
तू तुझ्या आत?
तिथे आहे एक निर्मळ, आत्मीय,
झुळझुळता झरा
एक सोबतीचा हात
नि:शब्द तत्पर साथ...
हलके हलके उमटणारे तरंग
शांत प्रतिबिंब
अलगद लोटलेले,
हलक्या सादेने उघडणारे एक दार
आहेत सूज्ञ मनस्वी प्रतिसाद
एक समंजस किनारा...
        या साऱ्यांनी मोहवलेय मला
        गुंतवलेय तुझ्यात..
खरंच पहा नीट वळून एकदा
तू तुझ्या आत...

दूर

तू दूर असूनही
जवळ असायचास
तेव्हा दिवसाचे प्रहर
फुललेले ताटवे असायचे...

आता असतोस दूर
आणि खूप दूरच..
अन् दिवस असून व्यस्त
मनाचा कोपरा रिक्त रिक्त..

निरोप

तुझ्या वाटांचा निरोप घेणे
अपरिहार्य होते
माझ्या वाटांवर पावले टाकणे
अनिवार्य होते...
सांजावत चाललेले आभाळ
सोबतीला होते
हरवत चाललेले सूर
संगतीला होते...
अलगद सोडवून घेतले
हातातून हात
पण अंतर अजून
गुंतलेले होते...
आता माझ्या वाटांवरची वाटचाल
असह्य होते आहे
रेंगाळत्या सावल्यांना समजावणे
अशक्य होत आहे...
तुझ्या वाटांवरही
काही कवडसे
विखुरलेल्या खाणाखुणा
व्याकुळ करतात तुला?...

अंतर्धून

व्याकुळलेलं विकलमन
श्रावणसरीत न्हाणलेस
कोसळू पाहणाऱ्या आभाळात
इंद्रधनू खुलवलेस...

कुठली एक अंतर्धून
तुझ्या लकेरीतून उमटते
कातर झाल्या मनासाठी
हलकी फुंकर होते...

समजावणीचे शब्द माझे,
तुझ्यासाठी की माझ्यासाठी
कधी कधी कळत नाही...
हरवत हरवत असते खूप
की गवसतही जाते काही...?
कधी कधी कळत नाही...

सखी

सखी, सहज म्हणालीस
'काय हे? का असं?
का ऽहीच बदललं नाहीय...'
पापण्या ओलावल्याच गं.
नाही कसं?
बदलल्यात तुझ्या,
माझ्या घरापर्यंतच्या
तरंगत येणाऱ्या वाटा
आल्हादक झुळका...
ते सहजपण, तो आनंद...

उभारले गेलेत
काहीसे अस्वाभाविक अडसर
अनपेक्षिलेले...
अडू लागलीत ना
तुझी प्रसन्न पावलं
या वाटेकडे वळताना...

सारं समजतंय, उमजतंय
आणि या सर्वांपलीकडे असलेलं खूप काही
तुलाही कळतंय...

सये,
त्या साऱ्या आल्हादक्षणांची शपथ
ओंजळ नेहमी भरलेलीच असेल...
कधी साद घातलीच वाटेनं
तर नि:शंक मनानं ये...

सारे दरवळ जपत
वळणावर उभी असेन
तुकड्यातुकड्यांनी जगणारी मी
तुला, एकसंध भेटेन...

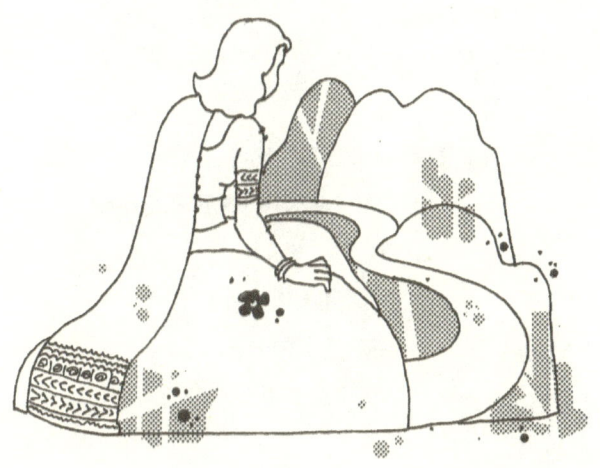

खूप दिवसांनी

खूप दिवसांनी भेटलो
अन् कळेना काय बोलावं...
तुला निघताना दिलेली ती कविता
ती निरोपाची विव्हलता
सारं मनात जागं होतं.
पण आता पुलाखालून
खूप पाणी वाह्यलं होतं
तुझ्याविना जगणं
खूप जड गेलं होतं,
पण हळूहळू
तेही अंगवळणी पडलं होतं...

आता नव्यानं समोर आल्यावर
तीव्रतेनं जाणवलं
खूप कठीण गेलं तरी,
आयुष्यातून तुला मी
हळूहळू वगळलं होतं...

रुजवण ....

कवितेचं अख्खं गाव
आणलंस भेटीला
रुजवणीचं ते आर्त
ओंजळीत कुठलं मावायला?
ओंजळ ओसंडली...
अंगण गंधित
आसमंत व्याप्त
रुजवण खोल
गगनावेरी वेल
किरणांची साद
अनाहत नाद,
जिण्याची गाज
अस्तित्वाला जाग...

शब्दांना साकडे घातले नव्हते मी,
नव्हते सांगितले,
माझ्या अंगणात या, खेळा,
अनुभूतींना तुमच्यासोबत
हिंदोळ्यावर न्या...

पण येत असत उडत उडत
बागडणाऱ्या मुलांच्या उत्साहानं...
गर्दी करून बसत
मनाच्या डहाळीवर...
उमलून येत कितीतरी मनस्वी क्षण,
माझ्याही नकळत..

सांजवात करताना कधी
जागत असत मनाच्या तळाशी
तेवत रहात,
वात निवेपर्यंतही...

एखाद्या पावसाळी सांजवेळी
व्यापून रहात मनाला
भारलेले मेघ होऊन

तर श्रावणातल्या सोनसकाळी
रिमझिमत रुमझुमत
तान्हुल्याच्या हास्यासारखे...

तेव्हा शब्द होते,
असोशीनं भेटणारे
आत्मीय सोबत करणारे...

आता कुठे असतात ते?
काळोखाच्या गर्तेत,
खोल खोल दऱ्यांत?
दूर दूर क्षितिजापार?

सादच पोचू नये,
अशा अगम्य वाटेवर?...

मन आता स्तब्ध स्तब्ध,
नि:शब्दाच्या काठावर...

कुठे?

'कुठे हरवली होतीस?'
'मी? नव्हे, तूच हरवली होतीस,
तुझ्या तुझ्या व्यापात...!

मी तर होते इथंच
आसपास, भवतालात...
हिरव्यागार मळ्यात
पाडसाच्या डोळ्यांत
बाळाच्या जावळात
मधाळ बोलात
दुधाळ गालांवर...
डोंगराच्या पल्याड
दरीतल्या फुलांवर,
फुलपाखरांच्या पंखावर
डोहातल्या तरंगावर...
राबणाऱ्या हातांवर,
निथळणाऱ्या कपाळावर...

फुलणाऱ्या मनात
मिटणाऱ्या डोळ्यांत
ओघळणाऱ्या आसवांत
करुणघन सुरकुत्यांत,
मायेच्या गुंत्यात,
आशेच्या किरणांत,
स्वप्नाच्या मृगजळात...
इथे-तिथे साऱ्यात...
निसटणाऱ्या पाऱ्यात
भरारणाऱ्या वाऱ्यात
सळसळणाऱ्या पानांत
लवलवणाऱ्या पात्यात
ओंजळीतल्या बकुळीत
अंगणातल्या प्राजक्तात...
    होते ना इथेच,
    तुझ्याही अंतरात...!'

वेडा दिवस...

वेडाच असतो एखादा दिवस
फांदीवरचं पाखरू होऊन
शीळ घालत राहतो...
मन अगदी खुळावतं
कुठे कुठे हरवतं
अवखळ क्षणांना खुणावतं...
नादावलेल्या त्या दिवशी
विस्मरलेली मोरपिसं,
जाळीदार पिंपळपानं
लहरत लहरत भेटीला येतात...
मन परकरी पोर होतं
रुमझुमत वडाखाली पोचतं
काचापाणी खेळतं
पारंब्यांना लटकून झोके घेतं
स्वत:शी सारखं हसत राहतं...
तो दिवस नेमकी
मनातली माणसं भेटीला आणतो
हरवलेला सूर देऊन
रिंगण घालायला लावतो
भिरभिर वाऱ्यावर स्वार करून
स्वच्छंद भरारायला लावतो...
असं खुळावून झाल्यावर
फांदीला झोका देऊन
वेडा दिवस उडून जातो...
रंगीत पिसं गोळा करत
मन मात्र नाचत राहतं...

आरसा

आरसा दाखवायचाच असेलतर
स्वत:ला दाखव...
बघून घे जे जे दिसेल ते
जे जे असेलते
आणि जे नसेल तेही...
आत दडपलेलं सगळंच
एकदा वर येऊ दे
घे तपासून आरशाकडून...
घे करून भ्रमनिरास
काही असे, काही तसे
सगळा तळ होऊ दे एकदा
नितळ निर्मळ...
जगण्याच्या वाटांवरचा
शुद्ध स्वच्छ प्राणवायू
घे तुझ्यात भरभरून...
आजचाच दिवस आपला
एवढं ठेव अधोरेखित करून...
आता सगळ्याच दिशा मोकळ्या
सगळ्याच वाटा निखळ
जगण्याच्या क्षणांसाठी
बिनघोर बाहू पसर...

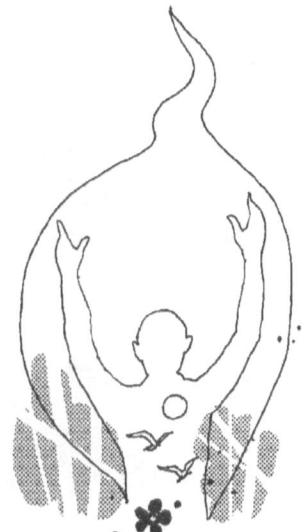

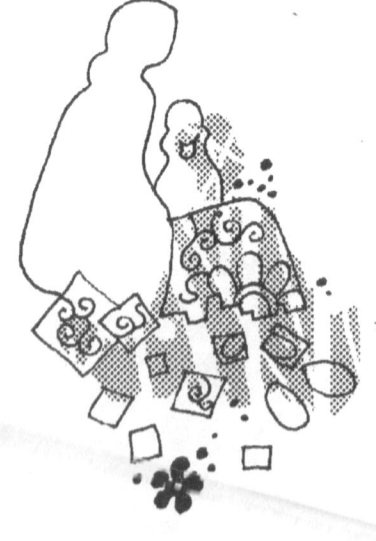

गोधडी

'झाली शिवून गोधडी?'
तिनं विचारलं आजीला
'नाही गं बाळा,
अपुरीच तर राहून गेली...'
शून्यात पहात आजी म्हणाली
'चिंध्या, तुकडे जमवले होते
असोशीनं जुळवले होते...
आकार किती बेतून घेतले
निगुतीनं टाके घातले
फुलपाखरं मोर नाचवले
राघू मैनाही बागडले...
एकसारखी जोडत गेले
टाके सरळ घालत गेले
मऊ अस्तर जुळवले
ऊबसुद्धा भरत राहिले...
पण...
काही कुठे बिनसले
कपाळगोंदण उसवले
चिमणे अंगण उखडले
राघू मैना बावरले
टाके सरसर निखळले...
शिवता शिवता गोधडीचे
चिरगुट की गं होऊन गेले...'

कोजागिरी

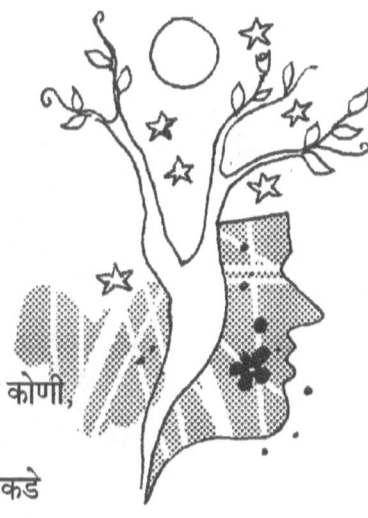

आपल्या आतून विचारतं कोणी,
'को जागर्ती?'
तेव्हा असतं का आपल्याकडे
समर्पक उत्तर काही?
होतात का जागे काही अनुबंध
जगणं संपन्न करणारे?
असतात का तळाशी काही माणसं
आपल्यावर गारुड करणारी?
असतो का आपण कुठे
पावलापुरता प्रकाश उजळत?
घनतमी चांदणं शिंपत?
प्राजक्त डहाळी होऊन
एखादं अंगण सजवत?
असेलअसं संचित काही
तर आभाळ आतून फुलू लागतं
जगणं चांदणं होत जातं
अन् जीवन, कोजागिरी!

अस्तित्त्व

सुप्त धुमारे कातळ ओले
नि:शब्दाच्या वेलीवरती
मूक कळ्यांचे झेले
चोचींमध्ये बंद लकेरी
पंखांवरती मिटली स्वप्ने
अंत:सूर तो हाकारुनही
दूर दूरसा राही अजुनी...
हलकी फुंकर गाभ्यामधुनी
आत्मस्वर तो येई तरळुनि
मुक्त तराणे चोचींमधले
मूक कळ्यांचे बहर लहरणे
दाट घनांचे अलगद शिंपण
गहिवर कातळ, हिरवे अंगण
अस्तित्वच हे मृण्मय आता
मृद्गंधाची उधळण उधळण...

असणे-नसणे ....

तुझे शब्द बोलके
मौन बोलके
वा शब्द मूक
अन् मौनही मुके?

तुझे असणे आभास
की नसणे भास?
असणे-नसणे
श्वास-नि:श्वास

अदृष्टाचे लेणे

काळोखवाट चालताना
अदृश्य हात हाती होते
सूर्य लोपला तेव्हा
तेच प्रकाशकण पेरत होते
वणवे पेटत असताना ते
गुलाबजलशिंपित होते
फुफाट्यातून चालताना
हिरवळ हलकी अंथरत होते.
विद्ध होऊन पडताना
काळजावरच झेलत होते
उंच उंच भरारताना
कृतार्थ आभाळ होत होते...
श्वासांच्या या सोबतीला
अदृष्टाचे लेणे होते
अस्तित्वाच्या कातळावर
जगणे तेच कोरत होते...

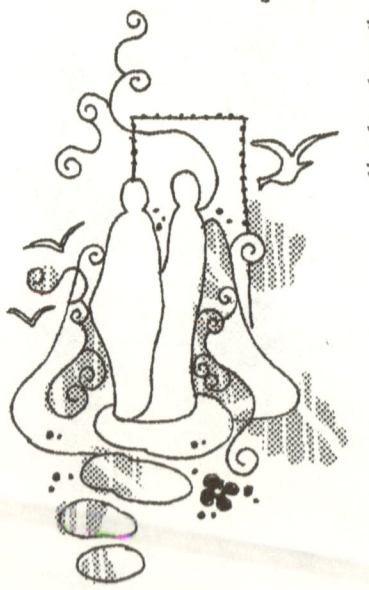

आषाढ

आषाढ दाटलेला
इथे तिथे
पापण्यांत, मनात
उरात घरात
जिथे तिथे...

शब्द हरवल्या संवादात
स्पर्श हरवल्या नात्या नात्यांत
स्मित हरवल्या क्षणा क्षणांत...
आषाढ दाटलेला...

उन्मळवेळा टळलेल्या
कोसळवेळा उललेल्या
आषाढतिष्ठत राहिलेला
कातर कातर झालेला...
आषाढ... दाटलेला...
आताच आटलेला...

पुन्हा

पुन्हा आभाळ आलंय भरून
पुन्हा दाटलाय आत पाऊस
अशा चिंब आर्त वेळी
नको अंगणात उतरून येऊस...

मुक्त पाऊसवेळा पुन्हा
नको, नकोच झेलून घेऊस
भिजल्या पाऊलवाटेवर
नको आठवण पेरून ठेवूस...

फुलला होता अंगार इथे
रुतले होते पाऊलखोल
आता मुळं शोधत फिरतात
खोल खोल अश्मओल...

नको वळून पाहूस पुन्हा
शुष्क झाल्या क्षणांकडे
नको मागूस हळव्या खुणा
रुतत राहिल्या कुंपणाकडे...

नि:शब्द राहून निघून जा...
अंगण हळूच नि:श्वास सोडेल
भरून आल्या आभाळाला

श्रावण भेटतो मला ....

पैलपंख लाभले म्हणेल...
श्रावण भेटतो मला
कुरळ सोनेरी जावळात
कोवळं कोवळं ऊन होऊन
हळूच मिटणारी सर होऊन
    श्रावण भेटतो मला
    दुधाळ खळाळ हास्य होऊन
    बोबडा लडिवाळ बोल होऊन
    नाचरा नाचरा मोर होऊन
श्रावण भेटतो मला
पानांवरचा थेंब होऊन
हातातलं चिमुकलं बोटं होऊन
गोबरं गोबरं पाऊल होऊन
    श्रावण भेटतो मला
    वाळ्याचा भास होऊन
    अंगणातला आभास होऊन
    पापण्यातला कवडसा होऊन...

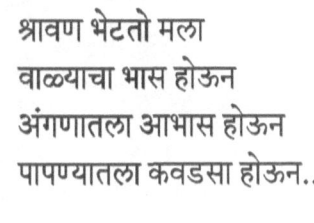

श्रावणधून

श्रावण... भेटतो मला...

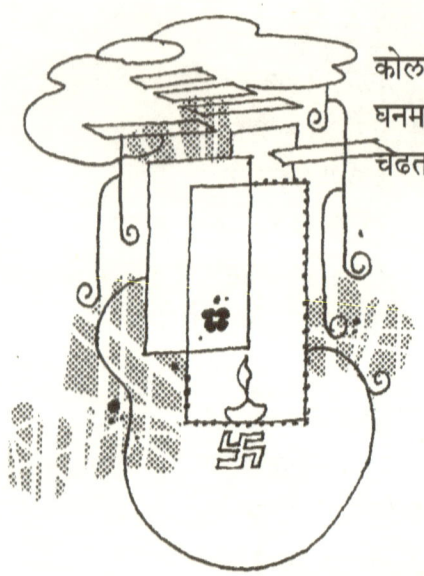

कोलाहलांची गर्द रात
घनमालांची मळभवाट
चढत जायचा दुस्तर घाट...
इथून तिथून विंझणवारे
तुझ्यासाठी दूरच तारे
कशास अट्टाहास सारे?...
उतर, एकेक सोपान उतर
उघड, एकेक दार उघड
तुझ्या प्रतीक्षेत एक घर...
असेल तेवत सांजवात
बाहेर तिष्ठत कृष्णपहाट...
पावलांसाठी स्वस्तिकखूण
आत वाजणारी श्रवणधून
नेणिवेच कोवळं ऊन
उचल, स्वस्तिक पाऊल उचल
पाहू नकोस मागे वळून
जग आता श्रावण होऊन,
वा अलगद जा विरून...

पाऊस... मनभर...

नभभरून मनभरून पाऊस
पानापानातून मनामनातून
रिमझिमत राहणारा
वेल्हाळ पाऊस...

    अनावर आभाळ थेंबावर घेऊन

    झिम्माड कोसळणारा,

    वेडापिसा पाऊस...

    मुक्या कवाडांवर धडकत राहून

    ओढून नेणारा,

    बेबंद पाऊस...

    निखळ मैत्र होऊन

    मनमुक्त बरसायला लावणारा

    उन्मुक्त पाऊस...

शांतावल्या सांजवेळी
गंधमरवा ओंजळीत ठेवून
हलकेच निरोप घेणारा
आर्त पाऊस...

    क्षितिजपार वाटेवर

    चिरंतनाची खूण होऊन

    अलगद बोट धरणारा

    प्राणसखा पाऊस...

    मनभर... नभभर... पाऊस...

५३

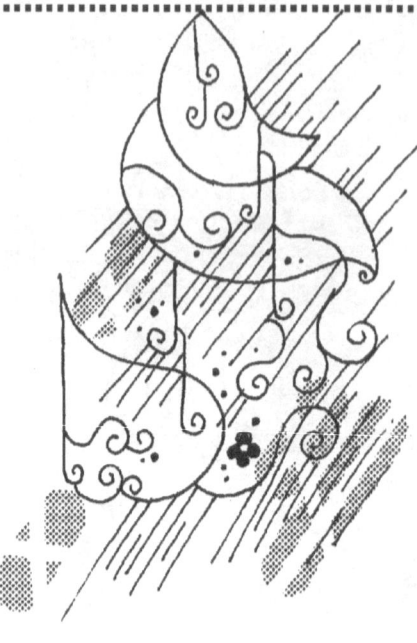

तोरण

सागर किनारी
मनातलं घर
काचेची भिंत
रेतीची वाट
लाटांचा खळाळ
निळंभोर आभाळ
शुभ्र पक्षी
स्वप्ननक्षी
अनावर गाज
हलकी साद
ओझरती भेट
भेटीत आर्जव
खळाळ लाटात
जपलेलं मार्दव
रंग उधळण
गंध श्रावण,
मनातल्या घराला
हिरवं तोरण...

काही कणिका..

पाऊस यायचा पैंजण बांधून
झूला झुलायचा खळाळ घेऊन
कुंद झाकोळ मस्त आभाळधून
गेलेच दिवस ते, वाऱ्यावरचं पीस होऊन?

इतकं हसताना
इतकं बोलताना
मौन राहताना
प्रत्येक क्षणी
काय असते मनामागे,
कळते तुला...?

येत रहा असाच
पुन्हा पुन्हा भेटायला
कृष्णकाठ विरताना
राऊळ हे सजवायला...

नीलतरंगी लाटा
हिंदकळणारे दिवे
जन्मांतरीच्या ओंजळी
विरामाची फुले...

ऋण

तुम्ही उभे निरंतर
माथ्यावर अनंत उन्हं झेलत
घनस्पर्शी फांद्यांवर
अवघं आभाळ तोलत...
बिलगल्या सावलीवर
आश्वस्त कवडसे माळत
तप्त श्रांत धरेवर
सावळा गारवा शिंपत...
तुम्ही उभे कृतार्थ
अस्तित्वाला सावरत
पालवीच्या ओंजळीतून
सृजन हुंकार पेरत...

आत आत...

आत आत सतत
होत राहते उलथापालथ
कधी वेशीपर्यंत जाऊन परतणे
कधी भोज्यापाशी घुटमळणे
व्यक्त - अव्यक्ताच्या किनाऱ्यावर
रेंगाळणे
मूर्त-अमूर्ताचे द्वंद्व घेऊन
दिवस रात्रींचे, जाणे-येणे...

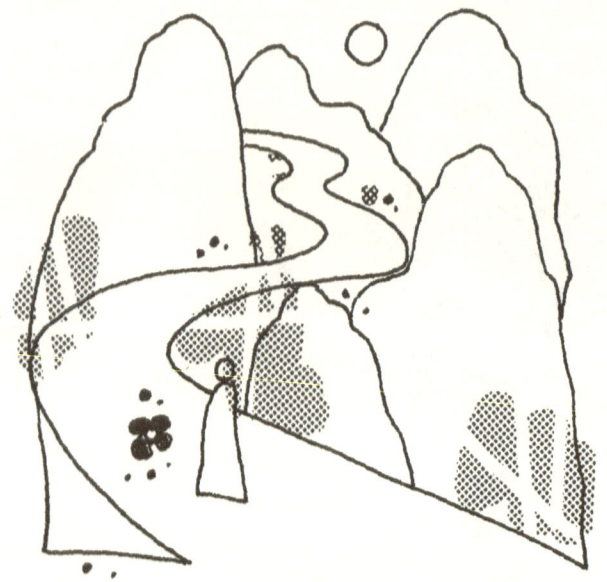

उजाडेल

आता उजाडेल आता उजाडेल
म्हणत अंधाराला कवटाळू नकोस
आत उजाडेल, आत उजाडतेय
या विश्वासावर विसंबून
पाऊल उचल...!

मन आपले

ओठांपर्यंत येतात शब्द,
मागे फिरतात...
घशात आवंढे येतात दाटून
आतच विरतात
पापण्यांपर्यंत येतात आसवं
कडाच ओलावून परततात
उरात उठत राहतात वादळं
अस्तित्व घुसमटून टाकतात...
रोजच्या वाटा अनोळखी होतात तेव्हा
असेच होत जाते
मन आपले आपल्याजवळ
एकटे एकटेच उरते...

मनातले

मनातले मनात राही
शब्दात वेगळेच काही

जाण असते शब्दांनाही,
फुलायचे की विझायचे
होऊन निखारे जळायचे
की राख राख व्हायचे

हात ये हाती जरी
आभाळ दाटते उरी
शब्द फिरती माघारी,
आत जिरती आसवेही...

कशाला

‘कशाला कुणाच्या व्यथेने
अशी विव्हलहोतेस?
कशाला भार कुणाचे
तुझ्या खांद्यावर घेतेस?’

हे असले तुझे विचारणे
खोलवर जखम करते
कुठलेतरी अधांतर
समोर उभे ठाकते...

बेट

प्रत्येक कुटुंब
एक बेट
त्या बेटावर वावरत असते
माणूस नावाचे एकेक स्वतंत्र बेट
संपर्कासाठी असते
स्वत:चे साधन एकेक...

सोबत असणे
फक्त असल्यासारखे भासणे...
एकमेकांसाठी शब्द असतात हरवलेले
वेळेचे गणित
नेहमीच असते निसटलेले

संवादाचे निकडक्षण
दूरसंपर्कात अडकलेले
सारे शब्द आतले
तिथे असतात गुंतलेले
सारे गणित वेळेचे
तिथेच असते साधलेले

जिथे तिथे भेटतात आता
असे प्रदेश विखुरलेले...

आर्त ....

तमदाट पापण्यांचे
नाही काही मागणे
व्याकुळल्या घनाचे
अनाग्रही थांबणे

जाणता अजाणता,
का जाणलेस सारे ?
सुन्या रित्या काठावरी
मखमली हाकारे...

काळोखल्या घटात आता
साद हळवी मावळे
कातळाच्या या किनारी
जीव आर्त कळवळे

उदास उदास
तरलपंख मिटुनी आहे
पाखरू हताश
निळ्याभोर आभाळाचे
मुके मुके नि:श्वास
इंद्रधनु मीटुनी आहे
स्वप्नांचे आकाश...

ओंजळीत हळुवार एक
दवबिंदूचा श्वास
दुरावल्या पाखराच्या
परतीची आस...

मर्यादा ....

काळीज शिंपून फुलवताना
जाणीव नव्हती मातीला
बहरत चाललेलं रोप
मधेच खुरटूही शकेल...!

इथून तिथून नव्हे
तर आतून बसणाऱ्या घावांनी
कधी हादरू शकेल

खरं तर
आपलं आतलं बळ
ज्याचं त्यानंच वाढवायचं असतं...
आकाश समोर असताना
पंख मिटून घेतले तर
नाही देता येत बळ
नव्यानं पुन्हा पुन्हा...
भरकटत चालल्या वाटांसाठी
नाही बांधता येत शिदोरी
नाही करता येत सोबत फार दूरपर्यंत...
आता आपलं अस्तित्व
नसतं ठेवायचं तिथं...
ज्याचं त्याचं सत्त्व
ज्याचं त्याचं भान
ज्याचं त्याला...
काही संदर्भ नसतो आता
दिशाहीन आकांताला...

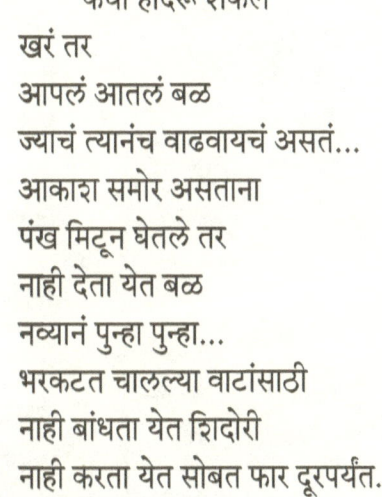

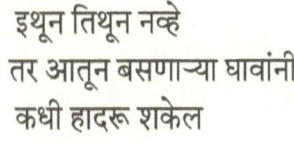

वगळत जावं

वगळत जावं स्वत:ला
जवळच्या दूरच्या एकेका नात्यातून
कणाकणानं क्षणाक्षणानं...
सोपं नसलं तरी अशक्यही नसतं ते...
सगळं जिथल्या तिथे जसं न तसं
चालत आलेलंच असतं वर्षानुवर्षं...
पण तेव्हा
गुंजत असतो आत एक सूर
वाजत असते अंतरात एक बासरी
उसळत असते सतत असोशीचे कारंजे
पण...
　　　　सूर हरवून जातो
　　　　बासरी शांत होते
　　　　कारंजे लुप्त होते,
अन् जमू लागतं
एकेकाच्या आयुष्यातून हळूहळू गळणं
सोपं होत जातं हळूहळू
आपल्या आत वळणं...

वेळीच गळून जावं एकेका नात्यातून
नाहीतर नातीच वगळू लागतात
आपल्याला स्वत:तून...

आता या विषण्ण किनारी ....

आता या विषण्ण किनारी का रहावे, कसे रहावे?
उगवत्या दिवसाचे देणे कसे स्वीकारावे?
आता ना कसले पाश, ना येणे जाणे
ना शब्दातून सुद्धा काही देणे घेणे
ना कुठल्या अधांतराशी वाद
ना अंतराशी संवाद
आता सगळ्या अनिच्छेला,
कशी द्यावी, कुठल्या निर्णयाची साद?

.... जास्त उशीर होण्याआधी...

तुला माहीतयं?
तुझ्या माझ्या वयातल्या
साऱ्यांचं काय झालंय?
फार नाही; काही वर्षांपूर्वीच
आपण सगळ्या भेटायचो तेव्हा,
किती आतून हसायचो
बोलायचोही किती भरभरून?
गोष्टी साध्या असोत वा गुंतागुंतीच्या
एकेक पदर उलगडत
कशा गाभ्याशी पोचायचो?
आठवतं तुला?
आताशा, नाही होत असं...!
भेटतो, हसतो, बोलतो आपण;
पण हातचं राखून...
आपल्याही नकळत...
आता आधीसारखे चेहरेसुद्धा
उत्फुल्ल नाहीत राहिलेले...
वयामुळे नव्हे गं...
काळज्या, व्याप, ताप, दमछाक
रेषारेषात साकळत चाललंय ना, त्यामुळे...!
आपणच बळ दिल्या पंखांनी भरारी घेऊन
आपली पाखरं उडालीयत उंच आभाळात...
आपण गुंतून गुंतून पडतो पुन्हा पुन्हा त्यांच्यात...
त्यांच्या दिनक्रमाच्या हिंदोळ्यावर
लोटत राहतो स्वतःला...
दमछाक होत रहाते आपली
तो वेग समजून घेताना,

आपल्या संवेदनांना सावरत
आंतरिक एकटेपणाला
न्याय्य कारणं देताना,
अनेक उत्तरं नसलेल्या प्रश्नांच्या भोवऱ्यात
भोवंडून जाताना...
'कुणास्तव कुणीतरी,
कशास्तव काहीतरी...'
याला अंतच नसतो, नाही?...
आताशा, वाटूनही घेत नाही आपण
आपली ओझी एकमेकींशी...
प्रत्येकीच्या खांद्यावर तेच ओझं दिसत असतं,
म्हणून की काय?
पुढची वाट,
प्रश्नचिन्हांकित होऊ लागलीय
मागच्यांचं असहाय एकटेपण
अन् पुढच्यांचं व्यवहारी शहाणपण
विषण्ण, शंकित करत राहतं आपल्याला...
आतूनच उमलणारी
उमेदीच्या डहाळीवरची कळ्याफुलं
कोमेजू लागलीयत...
ती पुरतीच गळून जाण्याआधी,
आपली वाट शोधायला हवी
काही क्षण स्वतःसाठी,
अनिवार्य संवादासाठी...
जास्त उशीर होण्याआधी...!

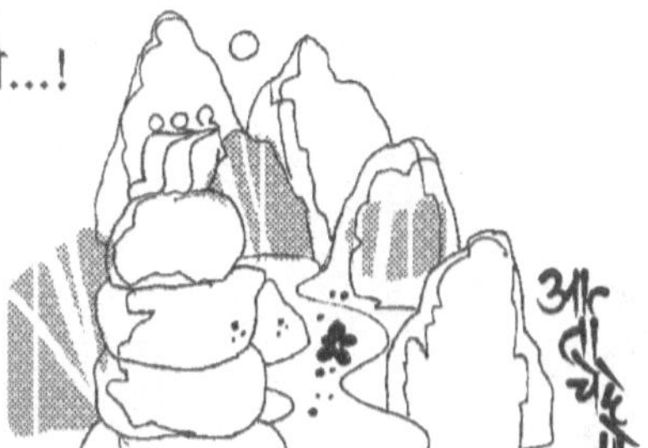

समोर नदी वाहते आहे
माझ्या अस्तित्त्वाचे सारे संदर्भ
सोबत घेऊन...
काय वाहू द्यायचे, काय राहू द्यायचे,
कोणी ठरवायचे?
मी की नदीने?...

असण्या नसण्याच्या रेषेवर
मृगजळाच्या लाटेवर
हिंदकळणारा श्वास
थकवणारा पाठलाग
कुठवर? कशासाठी?

सगळे मैलाचे दगड
तुला ठेचाळण्यासाठीच होते ना?
मग मेंदीच्या पानांनी
रक्ताचीच नक्षी काढली तर
तिचं काय चुकलं?...

वृक्षाचा आधार शोधणारी वेल
नव्हतीस तू कधी
पण वृक्षासाठी आधार होऊन
पुन्हा उन्मळून पडावं लागेल
याची कल्पना होती तुला?

निरामय खूण

कल्लोळांच्या विमनस्क वाटा
बंद गुहा अवजड शिळा
काळोखभिंती, नि:शब्द श्वास
आतबाहेर अंगारनाद...

असण्या-नसण्याच्या किनारी,
अनिवार ओढ, आत्मीय साद
आतून पटलेली निरामय खूण
आवेगून सुटलेले दीर्घ मौन...

उसवण्याचा, कोसळण्याचा
ऊरभार उतरण्याचा
अनाकलप्रवास...

मोकळ्या सरी... मोकळी वाट
श्रांत क्षितिजरेषेशी
शांतशी नीलपहाट

निळा डोह-हलके तरंग
हिरवाईचा आर्द्र संग...
शांत मृण्मय... मौनरंग...

तुझी साद

तुझी साद
अस्पष्ट अप्रत्यक्ष, पण खूप आपलीशी
नकळतच ओढली गेले...
व्हावं व्यक्त झडझडून
अन् निपटून टाकावं सगळं एकदा,
त्या क्षणांचं हे मागणं नकळतच अनुसरलं...
पूर लोटला शब्दांचा...
मन विद्ध करणारं कितीतरी
भळभळून वाहू लागलं...

ओसरलंसं वाटलं
वाटलं, सारं वाहून गेलं...
पण खरं तर
शेवाळ तळी साचलेलं पुन्हा उघडं पडलं...
निसरत राहतो आपण असल्या हिरव्या शेवाळावरून,
आणि आदळत राहतो उघड्या पडल्या खडकांवर;
हृदय, शून्य होण्यासाठी
शब्दांचे पूल बांधून...
मागल्या जन्मीच्या वाटाव्या, अशा सारलेल्या व्यथा
उकरून काढतां पुन्हा,
उलणारं काळीज फुंकरण्याचं निमित्त करून...

पण, शब्दांना तरी कुठं सापडतात वाटा
सारं वाहून नेण्यासाठी?
कुठं उखडता येतात मुळं, घट्ट रुतून बसलेली?
कुठे सुटतात पाश अस्तित्वाला जडलेले?

मग अव्यक्तातले आकांत, काळजावर धडकू लागतात
उरी फुटून उफाळलेले शब्दही, रुतून रुतून सलू लागतात
व्यक्त, अव्यक्त सगळंच छळत राहतं
आपापल्या परीनं...

बाहेरच्या प्रवासाला कशाला लावायचं
आतल्या प्रवासाचं असं अस्तर,
वाटेत एकेक पणती उजळत
इथवर येऊन पोचल्यावर...?

पुरेसं नाही का?

आपलं एकमेकांसोबत असणं
पुरेसं नाही का?
असंच चालत राहू
आपापलं नि:शब्दपण सोबत घेऊन...
भारलेले क्षण निसटलेत वगैरे मनात न आणता...
काही हरवून गेलंय अशी खंत न बाळगता
डोंगराच्या पायथ्याशी वळणांच्या वाटेवर
सोबत असणंच फक्त अनुभवत दूरवर चालत जाऊ...
कधीतरी पुन्हा हात गुंफले जातील?
पुन्हा खळखळून हसता येईल?
पुन्हा तसं मोकळं होता येईल?
असे प्रश्न, सोडूनच देऊ...
एका निरभ्र भावनेच्या तीरावर
नि:शंक मनानं फक्त विसावू
आपापलं नि:शब्दपण सोबत घेऊन...

कोलाहल

बाहेरच्या अखंड गोंधळातही
ऐकू येत राहतो आतला कोलाहल
आदळत राहतात मनावर
असंख्य अस्वस्थ लहरी...
वेळोवेळी दडपलेले टाहो
ऐकू येत राहतात
स्वत:शी केलेले वाद
जाब विचारू लागतात
अनंत वेळा परतवलेले अश्रू
मुक्त वाहू पाहतात
शमल्यासारखी वाटणारी वादळं
नव्यानं धडकू लागतात
हा कोलाहल वाढत वाढत जातो...
आणि श्वासांची तटबंदी ओलांडून
अस्तित्त्व,
मुक्तवाटेकडे झेपावू पाहतं...

आताशा

वेदनेची धग आता
काळीज पोळत नाही
डंखांचे जहरही
आत भिनत नाही...

जरासा धक्का लागता
डोह हिंदकळत नाही
हल्कीशी साद येता
निर्झर पाझरत नाही...

मन आता फुलणारे
झाड होत नाही
चांदणे शिंपणारे
आभाळ होत नाही...

आतून काही फुलते तेव्हा
जगणे असते गाणे
आत काही सलते तेव्हा
असते आर्ताचे देणे...

आताशा मनाकडे
अशा वाटा वळत नाहीत
कुठे गेले आवेग सारे
खरंच काही कळत नाही..

गूढ एकांतवेळी ....

गूढ एकांतवेळी
आभाळातून उतरून
पसरू लागतात मनभर
गर्द सर्द सावल्या...

अंतरीची सतार मौन होते
झुळझुळणारी निर्झरसाद विरून जाते
सारं अवकाश ओलांडून
कातरवेळ मनाला वेढून घेते...

त्या अदृष्ट क्षणी
कुठे असतो तुझा,
अविरत पुकारणारा आत्मनाद?
कुठे असते
सर्वसमावेशक आश्वस्त साद?

रेतीवरची पुसत चाललेली पावलं
तुझ्या आरपार पोचणाऱ्या नजरेतून
कशी अशी सुटून जातात?...
मागे वळण्यासाठी वाटच ठेवायची नसते,
म्हणून का हे अव्हेरणे?
की, तेच असते खरे तर
बाहू पसरून स्वीकारणे?...

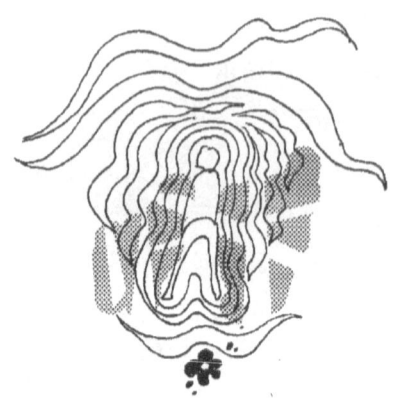

दृष्टी

वाढत जातो आपण...
आपल्यासह आपला परीघ
आपलं क्षितिज
सामावत जातं त्यात
आपलं आसपास
अवघं भवताल...
गवसत जातो स्वत:ला
वेगवेगळ्या सार्थ रुपात
हरवून हरखून जातो
आपलीच रूपं निरखताना...

हळूहळू, विस्तारलेलं क्षितिज
आपल्या आवाक्यापलिकडे पोहोचतं
विस्तारलेला परीघ
अधिकाधिक दूर जातो...
आपण उरतो मध्यावर
काहीसे हरवलेले
भोवतालात विभागलेले...

भानावर येताना जाणवते
दृष्टी आत वळलेली
गाभ्याशी स्थिरावलेली
आपल्या अस्तित्वाचा
वेगळा अर्थ उलगडून दाखवणारी...

वाढत जातो आपण
आपला परीघ... आपलं क्षितिज...

एक कविता

कुणी एक कविता महाजन येते,
अनंत भोगवाट्यांचं
मरण जगणाऱ्या जगातलं
विदारक वास्तव ऐकवते
अन् समोर बसलेली प्रत्येकजण
सुन्न स्तब्ध होते...

भिरकावून दिलेल्या जगातल्या
साऱ्या चिमण्या आपल्या मानणारी
त्यांच्याशी गाऱ्या गाऱ्या भिंगोऱ्या खेळत
आनंदाचं कारंजं फुलवणारी,
त्यांच्या चमकत्या डोळ्यांत
आपलं निःस्वार्थ गोड हास्य पेरणारी ही प्रेषिता,
तिनं पाहिलेल्या वाटाचं ओझरतं दर्शन घडवते
त्या, हाकेच्या अंतरावरच्या जगाच्या
पिळवटून टाकणाऱ्या कथा व्यथा ऐकवते,
अन् इथले सारे सल नगण्य वाटू लागतात...

कुणी एक कविता, कुणी एक मेधा
आनंदवनात समिधा बनून राहिलेली
कुणी एक साधना
जेव्हा अशा भोगवट्यांच्या खुणा
उघड्या करून दाखवतात
तेव्हा इथल्या अस्तित्वाचे क्षण
जड, जड वाटू लागतात...

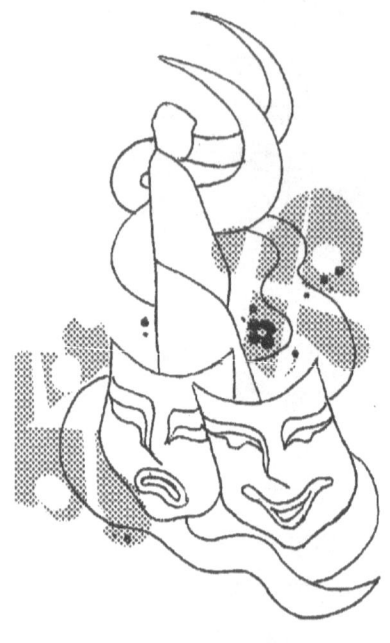

भूमिका

शेवटचं वाक्य म्हणून
गर्रकन पाठ फिरवलीस
रंगमंचावरून भरदार चालत
आत गेलास...

खरंच, प्रत्येक वेळी
त्याच भूमिकेत नव्यानं शिरणं
कसं जमतं तुला?
प्रत्येक वेळी तेच सारं तसंच करायचं
नव्यानं केल्यासारखं...
तसंच हळुवार व्हायचं
कळवळून जायचं...
तेच सगळं पुन्हा पुन्हा
नव्यानं फुलवायचं...
कसं जमतं?...

पण... खरं तर... त्यात नवं काय?
रोजच्या आयुष्यात
निखळ जगणं हरवून
नात्यांना सामोरं जाताना
असंच तर वागतोय आपण...
खरं ना?...

स्वतःतून उठून ....

स्वत:तून उठून एकदा, दशदिशा फिरून आले
स्वत:चेच गाणे गात, स्वत:ला आजमावून आले

भिनलेले किती विखार वाऱ्यावर सोडून दिले
अनर्थ ठरलेले अर्थ, प्रवाहात वाहू दिले

संदर्भ शोधण्याचे सारे प्रयास मावळतीला देऊन आले
जगण्याचे सारे किनारे जवळून न्याहाळून आले

स्वत:त पुन्हा परतताना मन किती हलके झाले
ऊर्जेचे किती स्त्रोत मोकळेपणी सोबत आले

पापण्यांत वर्षानुवर्ष बंदिस्त असलेला वळीव

.... पापण्यांत वर्षानुवर्षं...

तुझ्या आश्वस्त सोबतीत
झडझडून कोसळला
मनातला, विझल्या नक्षत्रांचा एकेक कोपरा
हळूहळू उजळला

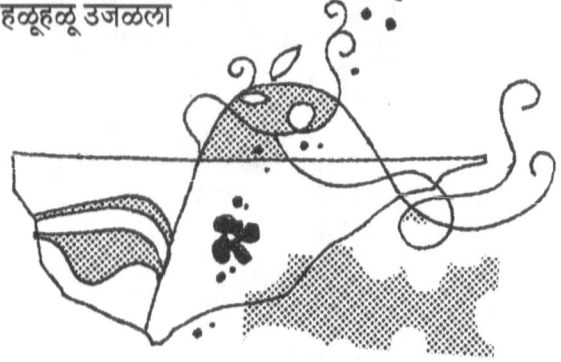

पण आज अचानक
पुन्हा मन एकाकी
आतल्या व्यथांशी प्रतारणा केल्यासारखं
अपराधी स्वत:शी...

कधी इथे कधी तिथे ....

कधी इथे कधी तिथे, कसे असे असायचे?
गुंतुनी इथे तिथे, कसे कसे जगायचे?

पापण्यात आसवे, कसे किती हसायचे?
आत आत आठवे, कुणा किती जपायचे?

जिंकुनी पुन्हा पुन्हा, कसे असे हरायचे?
कमलपत्र होऊनी इथे जरा रमायचे...

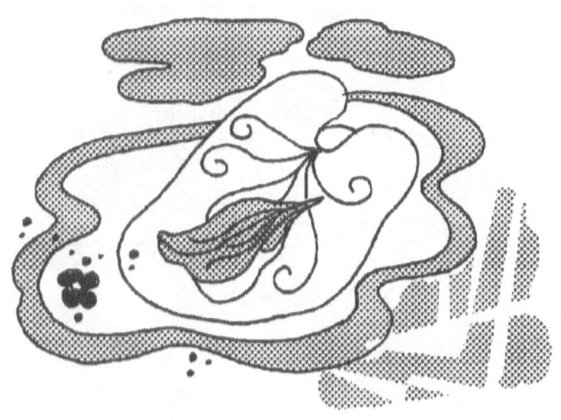

जगण्यासाठी किती बेटं इथं तिथं...
पुन्हा पुन्हा आजमावणं
बंद कवाडांवर धडकणं
फुलवण्यासाठी फुलणं

फुलताना फुटणं
तीळ तीळ तुटणं
ओढाळपणे फरपटणं...
सारं आता पुरे ना...

...ये परतून स्वत:पाशी
घे मिटून पाकळी पाकळी
आणि उमल स्वत:साठी...

माझं आयुष्य
कधीकधी माझंही असतं
जाणीव ठेवलीत तर बरं असतं
नाहीतर कशाचंच काही खरं नसतं...

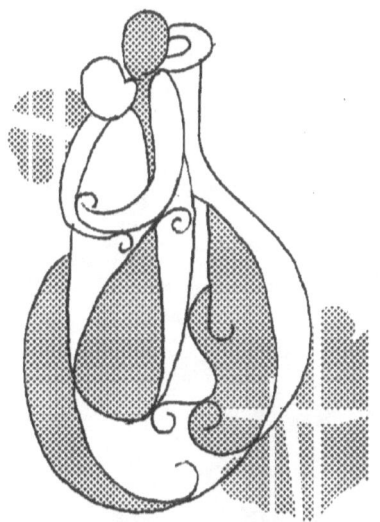

आपण भेटलो की
माझ्यातलं मीपण भेटीला येतं
मातीच्या कणाकणात सांडलेल स्वत्त्व
पुन्हा घटात वस्तीला येतं...

८५

दिवस

प्रत्येक सोनसकाळी
दिवस येतो सामोरा
एक नजराणा होऊन
उतरते पाखरू फांदीवर
आपली नवी धून घेऊन...

असते उभे आपल्यासाठी
आभाळ बाहू पसरून
असतात उसळत लाटाही
अनंताची साद होऊन...

गाता येते आपल्याला
एक नवी धून
वा देता येते पापण्यांना
आर्त ओली खूण...

आपल्या आपल्या रांगोळीत
कोणते रंग भरायचे;
आपल्या आपल्या ओंजळीत
कोणते गंध झेलायचे,
सारं आपल्यावर सोपवत
येतो प्रत्येक दिवस
नवं स्वप्न पेरत...

तुझे आसपास असणे.............................

तुझे आसपास असणे
मनात हेलकावत राहते
आतल्या आत तुझ्याशी बोलणे
सांजवात उजळत राहते

सुकल्या पानांवरले दंव
पापण्यात हिंदकळत राहते
अपर्ण वृक्षावर उगाच
पाखरू चिवचिवत राहते

दूर निघालेली सांज
उगा पुन्हा रेंगाळू पाहते
दाटत चाललेली निशा
क्षितिजावर तिष्ठत राहते

किनाऱ्यावर उभी राहून
दिवा एकेक सोडत जाते
नितनव्या प्रवाहात
दीपमाळ तेवत राहते...

◆ आज अवचित असं
अंगणभर ऊन सांडलं
सांजकाळोखी काठावर
सोनसळ फुलवून गेलं...

◆ पापण्यांवरून तेरड्याच्या
आसू झरून गेले
काळवंडल्या मातीवर
जांभळे स्पर्श पेरून गेले

◆ कवडशांचे पंख लेवून
फुलपाखरं उडून गेली
उजेडाचं आभाळ घेऊन
अंगणात उतरून आली

सूरमयी

झरझर झरणारा पाऊस
अनावर हर्षोल्हासात
उंच उसळणाऱ्या,
आभाळाला भिडणाऱ्या लाटा
सुरांवर स्वार होऊन त्याच आभाळाकडे
झेपावणारी
तरल स्वप्नपरी...

आत उचंबळलेला प्यासा सागर
विव्हलकरणारी
आदिम निर्मम तृष्णा
आणि क्षणात,
वलयात सामावत सुरांत विरघळत
आत्म्याला स्पर्शून
समोर उलगडलेली
चिदानंद सूरमयी नीलवाट...

वळणावरून दृष्टीआड होताना
तुझे डोळे बोलले जे काही
ते मनातून जात नाही
वळणावरचे कोंडून धरलेले आभाळ
आता उरात मावत नाही...

इथून आहे निघायचे
वळून मुळी पाहू नको
गुंतलेला जीव जरी
गुंता आता वाढवू नको...

आठवणींच्या काठावर आता
आसवांचे थांबणे नसते
असोशीच्या आभासावर
उगाच विसंबणे नसते...

सोबत

हल्ली कवितेचं एक पुस्तक
नेहमी सोबत ठेवते
फार एकटं वाटलं की
तेच उघडून बसते

तिथे आपलं असं
खूप काही भेटतं
वेल्हाळपणे येऊन
मनाला बिलगतं

भेटते आपल्याच मनातली
वेल एक बहरलेली
भेटते अशीच कुठलीशी
वाट एक धूसरलेली

भेटतात आपली माणसं
काळजात रुतून बसलेली
भेटतात आपली आसवं
उशी भिजवून जिरलेली

भेटते चांदण्यांची उटी
कितीदा माखून घेतलेली
भेटतात ती मोरपिसं
फुलोरा बनून राहिलेली

असं किती किती काही
सोबतीला येतं
पानापानातल्या ओळीतून
मनाला बिलगतं

आताशा नेहमीच,
कवितेचं पुस्तक
असं सोबत करतं

आत निरंतर जळते काही
चटक्यांचे मन कळते काही
तीच उराशी धरते आग
कुठेच कसली नसते जाग

नीरव विजनी वेणुनाद
लहरत येई गहिरी साद
सोपानांच्या वळणापार
अलगद उघडे महाद्वार

ओढत नेते वेडे पाऊल
अनिवार उतटसे सुटते घरकुल
सैरभैरसे असते अंतर
सोबत असते फक्त अधांतर...

अवघड वळण

अवघड वळण येते तेव्हा...
कधी ओलांडून जावे लागते
कधी निभावून न्यावे लागते
कधी वळसा घालून जाणे जमते
कधी सोबतच घ्यावे लागते...

अवघड वळण येते तेव्हा...
काहीच तसे सोपे नसते
मात्र, प्रत्येक वळणावर
आत्मिक बळ वाढत जाते...
आयुष्य वळणावळणांचे
असेच काही देत जाते...

माणसं धावतायत

पाऊस धो धो कोसळतोय
रस्ता वाहतोय
वाहनं पळतायत
माणसं धावतायत
वारा झपाटल्यागत घुमतोय
झाडांना घुसळतोय
रोपांना झोडपतोय
रपरपत्या पावसात
रस्त्याकडेला भिजणारं पोर
आकांतानं रडतंय
पाऊस कोसळतोय...
माणसं धावतायत
पाठलाग चाललाय
मृगजळी यशाचा
अनिर्बंध आकांक्षांचा
अतृप्त वासनांचा
अपूर्ण अपेक्षांचा
न संपणाऱ्या हव्यासाचा
अज्ञाताचा, अव्यक्ताचा...
माणसं धावतायत...
सुटत चाललेल्या धाग्यांना,
हरवत चाललेल्या स्वतःला,
मागे सोडून,
माणसं... धावतायत...

अन्वय ....

त्या सुनसान वाटेवरून एकटीच चालताना
जाग्या झाल्या मनात आठवणी...
घटना, प्रसंग, माणसं,
विचार, गुंते, प्रश्न,
उत्खनन होत राह्यलं, होत राह्यलं
मन लावू पहात होतं साऱ्याचा अन्वय
उलगडू पहात होतं कशाकशाचा अर्थ
काहीतरी गवसतंय असं वाटत असतानाच
आजूबाजूला एकेकटी घरं दिसली,
उदासपणे बघणारी...
भिंती, छपरं, अंगणं
कैफीयत ऐकवू लागली.
लांबलचक व्हरांड्यात,
एकाकी खुर्चीवर बसलेलं कुणी
विचारू लागलं अर्थ-निरर्थ प्रत्येक दिवसाचे
येणाऱ्या जाणाऱ्या प्रत्येक श्वासाचे
आपण इथे असण्याच्या प्रयोजनाचे...
धुकंच दाटून आलं मग...!

काहीशा अंतरावर दिसल्या फाटक्या झोपड्या
ओबडधोबड अंगणात बागडणारी उघडीवाघडी पोरं
क्षणभर खेळ थांबवून पोरांनी वाटेकडे पाहिलं
हात हलवून अगदी निर्मळ हसली...
धुकं आणखीनच दाट झालं
अन् कुठले अन्वय शोधणं सुद्धा
अर्थहीन वाटू लागलं...

माणसे मनातले

माणसे मनातले न बोलतात काही
साहणे तमातले न खोलतात काही

साजरे रहायचे! न तोलतात काही
आतले उभारले न बोलतात काही

साकडे अशातही न घालतात काही
आसवे मनात काय ढाळतात काही?

आपले असायचे... न दावतात काही
माणसे अशीच दूर राहतात काही

ते डाव काय होते

तू दाविले मला जे, ते गाव काय होते?
स्वप्नात मांडलेले ते डाव काय होते?

कित्येक वेदना बघ होतात या मनाला
नाहीच उमजले जे, ते भाव काय होते?

स्वप्नात सांधताना, शब्दात बांधताना
कळले मला न केव्हा, ते घाव काय होते?

घायाळ मी तरीही, कळले न पावलांना
रक्ताळल्या खुणांचे प्रस्ताव काय होते?

गंधाळल्या क्षणांना पडते अजून कोडे
श्वासात गुंतलेले ते नाव काय होते?

लाटाच मृगजळीच्या, या जिंदगीत आता
सत्यातलेच जगणे, तू दाव काय होते?

दाटला काळोख

दाटला काळोख अंतर काजळाया लागले
काळजाची वात झाली मी जळाया लागले

आतला अंधार ना मी देखिला ऐसा कधी
उजळल्या वाटेकडे पण मी वळाया लागले

काजवे चमकून गेले दूरच्या ताऱ्यांपरी
पावलांशी कवडसे अन् मन पळाया लागले

तोडला विश्वास त्यांनी विझवले हे दीप सारे
आसवांचे बांध माझे बघ ढळाया लागले

उधळली होती फुले दगडीच त्या बांधावरी
बेगडी व्यवहार आता मज कळाया लागले

फाटले हे शीड ....

फाटले हे शीड, गलबत हाकणे आता पुरे
राहिले रे श्वास काही, साहणे आता पुरे

सांडले विश्वास, रे आपुले काहीच नाही
जोडले आहे असे समजावणे आता पुरे

आपले म्हटले जरी होत ना अपुले कुणी
या मनाला हे असे हुलकावणे आता पुरे

सांधले सारेच होते, राहिले काहीच नाही
आठवांना त्या असे कवटाळणे आता पुरे

लागले चकवे असे काळजाला कितीतरी
धावता ठेचाळणे रक्ताळणे आता पुरे

९९

....तुझ्या चंद्रभाळावर

तुझ्या चंद्रभाळावर
अलगद खूण ठेवताना
मृण्मयी पापण्यांच्या
जन्मज्योती झाल्या

अज्ञात शब्दांपाशी
मौन उतरवून ठेवताना
साकळल्या व्रणांच्या
रक्तखुणा झाल्या

दूर किनाऱ्यावर
सांज उतरून येताना
परतीच्या वाटा,
निस्पंद झाल्या...

आता पुन्हा,
त्याच फेऱ्यात फिरायचे
तेच, तसेच भोगायचे
निश्चल काळाचे भाळ होऊन
अनंत दिगंत निरखायचे...

डोह

गर्द गहिऱ्या सांजवेळी
डोहात पाय सोडून बसल्यावर
डहुळतं खूप काही...
पावलांखालून सरकत जातात,
पाळामुळांच्या गाठी निरगाठी
भोवताली दाटून येतात,
आर्त तिमिरवेळा...

काठावरचे व्रतस्थ वृक्ष
शांतपणे पहात असतात
वसंतसोहळे अनुभवून
पानगळ निरखत असतात...
कधीतरी उधळल्या मोहोराचे
पैलपक्षी झालेले असतात
डहुळल्या डोहाचे,
डोळे भरून आलेले असतात

काळोखाचे ढग... दाटतात... विरतात...
वर झेपावणारे तृणांकुर
किरणांचे आशीर्वाद मागतात...
पुन्हा वर उठायचे, फुलायचे, डुलायचे,
काळोखल्या डोहावर
नव्या नव्याने झुलायचे,
कातळकाठासाठी गोंदणवाळे बनायचे
डहुळलेले काही काही,
नितळ करत जायचे...

कधीतरी जाऊन बसते मी
त्या ओलसर गाभाऱ्याच्या शांत देवळात
बघत राहते
गाभाऱ्यात तेवणाऱ्या
तेलमाखल्या पणतीकडे
तिच्यातल्या स्थिर ज्योतीकडे
उजळल्या मूर्तीकडे
गाभारा, ज्योत, देऊळ
चेतन, अचेतन भवताल
सगळं एकरूप होऊन जातं काही क्षण.
सारं शांत, निरामय...

क्वचितच कोणी येतं तिथे
एखादं शुभ्र फूल वाहतं
हात जोडून मन आत वळवतं
काही क्षण टेकून निघून जातं...
मावळतीचं फिकट सोनेरी ऊन
क्षणभर चमकतं,
पाऊलवाटेवरून दूर जाणाऱ्या
त्या कुणाच्या रुपेरी केसांवर...
वाटेकडेचं गवतही
सोनसळी झालेलं असतं

ती दूर जाणारी वाट
ओढ लावत नाही
हुरहुर लावत नाही
समोरची टेकडी, दूरची वाट
उतरून आलेलं आभाळ
वेढून राहिलेलं क्षितिज
मी फक्त न्याहाळत राहते
त्यांचं एकमेकांसोबत असणं,
त्या सोबत असण्याशी आपलं
नातं
डोळे मिटून अनुभवत राहते...
गाभाऱ्यातली चिरंतन आभा
विस्तारल्या वलयांसह
हलके हलके
प्राणतत्त्वात सामावू लागते...

ज्योतिर्मय

खोल कृष्णविवर...
निरोप देणं राहून गेलेला काळोख
अमानुष जंगल...
वेढल्या वेलींच्या जाळीत हरवलेली तिरीप...
वाढत्या गूढवेळी
नीरव पावलं टाकत,
पुढे चाललेलं प्राक्तन...

आणि अशात
दूरवरून आलेला कृष्णरव...
साथ देऊन दुरावलेल्या काळजांचा
सोबत येऊन परतलेल्या पावलांचा
शीळ होऊन भेटलेल्या झुळूकीचा...

तो कृष्णरव..
आत वाजू लागलेली धून
गाभाऱ्यात शीतल काळोखाचा
बिल्वगंध...
चकवा लागल्यासारखा
पाठलाग गाभाऱ्याचा
नि:शब्दाच्या काठावर
शोध अमूर्ताचा...
नीलकिरणं... कृष्णमंजिरी...
ते गारुड...

       'तमसो मा ज्योतिर्गमय...'
अव्याहत नाद
संमोहन पाश
तरलश्वास
ज्योतिर्मय प्रवास...

लेखिका परिचय

- **गिरिजा म. मुरगोडी**
- जन्म व शिक्षण पुणे येथे.
- विवाहानंतर गेली ३९ वर्षे गोव्यात वास्तव्य.
- कथा, कविता, ललित, पुस्तक परीक्षणे असे लेखन.
- ठाणे येथे झालेल्या अखिल भारतीय मराठी साहित्य संमेलनात निमंत्रित कवयित्री म्हणून सहभाग.
- गोमंतक महिला साहित्य संमेलन व गोमंतक साहित्य सेवक मंडळाच्या कविसंमेलनांचे अध्यक्षपद.
- परिसंवाद व इतर साहित्यिक कार्यक्रमांत भाषणे, व्याख्याने.
- आकाशवाणी- पणजीवरून अनेकदा काव्यवाचन व भाषणे प्रसारित. गोवा दूरदर्शनवर काव्यवाचन.

प्रकाशित पुस्तके व पुरस्कार

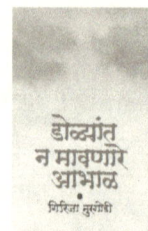

अंतर्मुख (ललित लेखसंग्रह)
प्रकाशक-
दिलीपराज प्रकाशन, पुणे
गोमंतक मराठी अकादमीचा
उत्कृष्ट पुस्तक पुरस्कार प्राप्त

डोळ्यांत न मावणारे आभाळ (कवितासंग्रह)
प्रकाशक - गोमंतक मराठी अकादमी
गोमंतक विद्या निकेतन, गोवा
यांचा साहित्य पुरस्कार प्राप्त

विधिसंकेत (कथासंग्रह)
प्रकाशक -
दिलीपराज प्रकाशन, पुणे

अंतर्लाटा (कवितासंग्रह)
प्रकाशक -
गोमंतक मराठी अकादमी, गोवा